SIMPLE AND EASY MONTHLY PLANNER For Busy People

Activinotes

DAILY JOURNALS, PLANNERS, NOTEBOOKS AND OTHER BLANK BOOKS

Name

Address

Contact Address

Email Address

MONTH: ______________________

Sun	Mon	Tue	Wed	Thu	Fri	Sat

MY GOALS

GOAL #1

____

____

____

____

GOAL #2

____

____

____

____

GOAL #3

____

____

____

____

MONTHLY GOAL TO-DO LIST

MONTH OF ______________

To reach my goals this month i need to:

1. ______________________________
2. ______________________________
3. ______________________________
4. ______________________________
5. ______________________________
6. ______________________________
7. ______________________________
8. ______________________________
9. ______________________________
10. ______________________________
11. ______________________________
12. ______________________________
13. ______________________________
14. ______________________________
15. ______________________________

MONTH

FOCUS

- ☐ ____________________
- ☐ ____________________
- ☐ ____________________
- ☐ ____________________
- ☐ ____________________
- ☐ ____________________
- ☐ ____________________

TASKS

- ☐ ____________________
- ☐ ____________________
- ☐ ____________________
- ☐ ____________________
- ☐ ____________________
- ☐ ____________________
- ☐ ____________________

IDEAS

- ☐ ____________________
- ☐ ____________________
- ☐ ____________________
- ☐ ____________________
- ☐ ____________________
- ☐ ____________________
- ☐ ____________________

MEALS

- ☐ ____________________
- ☐ ____________________
- ☐ ____________________
- ☐ ____________________
- ☐ ____________________
- ☐ ____________________
- ☐ ____________________

NOTES

____

____

MONTH: ______________________________

Sun	Mon	Tue	Wed	Thu	Fri	Sat

MY GOALS

GOAL #1

____

____

____

____

GOAL #2

____

____

____

____

GOAL #3

____

____

____

____

MONTHLY GOAL TO-DO LIST

MONTH OF ______________

To reach my goals this month i need to:

1. ______________________________
2. ______________________________
3. ______________________________
4. ______________________________
5. ______________________________
6. ______________________________
7. ______________________________
8. ______________________________
9. ______________________________
10. ______________________________
11. ______________________________
12. ______________________________
13. ______________________________
14. ______________________________
15. ______________________________

MONTH

FOCUS

- ☐ ____________________
- ☐ ____________________
- ☐ ____________________
- ☐ ____________________
- ☐ ____________________
- ☐ ____________________
- ☐ ____________________

TASKS

- ☐ ____________________
- ☐ ____________________
- ☐ ____________________
- ☐ ____________________
- ☐ ____________________
- ☐ ____________________
- ☐ ____________________

IDEAS

- ☐ ____________________
- ☐ ____________________
- ☐ ____________________
- ☐ ____________________
- ☐ ____________________
- ☐ ____________________
- ☐ ____________________

MEALS

- ☐ ____________________
- ☐ ____________________
- ☐ ____________________
- ☐ ____________________
- ☐ ____________________
- ☐ ____________________
- ☐ ____________________

NOTES

____

____

MONTH: ______________________________

Sun	Mon	Tue	Wed	Thu	Fri	Sat

MY GOALS

GOAL #1

____

____

____

____

GOAL #2

____

____

____

____

GOAL #3

____

____

____

____

MONTHLY GOAL TO-DO LIST

MONTH OF ________________

To reach my goals this month i need to:

1. ____________________________
2. ____________________________
3. ____________________________
4. ____________________________
5. ____________________________
6. ____________________________
7. ____________________________
8. ____________________________
9. ____________________________
10. ____________________________
11. ____________________________
12. ____________________________
13. ____________________________
14. ____________________________
15. ____________________________

MONTH

FOCUS

- ☐ ____________________
- ☐ ____________________
- ☐ ____________________
- ☐ ____________________
- ☐ ____________________
- ☐ ____________________
- ☐ ____________________

TASKS

- ☐ ____________________
- ☐ ____________________
- ☐ ____________________
- ☐ ____________________
- ☐ ____________________
- ☐ ____________________
- ☐ ____________________

IDEAS

- ☐ ____________________
- ☐ ____________________
- ☐ ____________________
- ☐ ____________________
- ☐ ____________________
- ☐ ____________________
- ☐ ____________________

MEALS

- ☐ ____________________
- ☐ ____________________
- ☐ ____________________
- ☐ ____________________
- ☐ ____________________
- ☐ ____________________
- ☐ ____________________

NOTES

____

____

MONTH: ______________________________

Sun	Mon	Tue	Wed	Thu	Fri	Sat

MY GOALS

GOAL #1

____
____
____
____

GOAL #2

____
____
____
____

GOAL #3

____
____
____
____

MONTHLY GOAL TO-DO LIST

MONTH OF ____________________

To reach my goals this month i need to:

1. ______________________________
2. ______________________________
3. ______________________________
4. ______________________________
5. ______________________________
6. ______________________________
7. ______________________________
8. ______________________________
9. ______________________________
10. ______________________________
11. ______________________________
12. ______________________________
13. ______________________________
14. ______________________________
15. ______________________________

MONTH

FOCUS

- ☐ ____________________
- ☐ ____________________
- ☐ ____________________
- ☐ ____________________
- ☐ ____________________
- ☐ ____________________
- ☐ ____________________

TASKS

- ☐ ____________________
- ☐ ____________________
- ☐ ____________________
- ☐ ____________________
- ☐ ____________________
- ☐ ____________________
- ☐ ____________________

IDEAS

- ☐ ____________________
- ☐ ____________________
- ☐ ____________________
- ☐ ____________________
- ☐ ____________________
- ☐ ____________________
- ☐ ____________________

MEALS

- ☐ ____________________
- ☐ ____________________
- ☐ ____________________
- ☐ ____________________
- ☐ ____________________
- ☐ ____________________
- ☐ ____________________

NOTES

____

____

MONTH: ______________________________

Sun	Mon	Tue	Wed	Thu	Fri	Sat

MY GOALS

GOAL #1

____

____

____

____

GOAL #2

____

____

____

____

GOAL #3

____

____

____

____

MONTHLY GOAL TO-DO LIST

MONTH OF ______________

To reach my goals this month i need to:

1. ____
2. ____
3. ____
4. ____
5. ____
6. ____
7. ____
8. ____
9. ____
10. ____
11. ____
12. ____
13. ____
14. ____
15. ____

MONTH

FOCUS

- ☐ ____________________
- ☐ ____________________
- ☐ ____________________
- ☐ ____________________
- ☐ ____________________
- ☐ ____________________
- ☐ ____________________

TASKS

- ☐ ____________________
- ☐ ____________________
- ☐ ____________________
- ☐ ____________________
- ☐ ____________________
- ☐ ____________________
- ☐ ____________________

IDEAS

- ☐ ____________________
- ☐ ____________________
- ☐ ____________________
- ☐ ____________________
- ☐ ____________________
- ☐ ____________________
- ☐ ____________________

MEALS

- ☐ ____________________
- ☐ ____________________
- ☐ ____________________
- ☐ ____________________
- ☐ ____________________
- ☐ ____________________
- ☐ ____________________

NOTES

____

____

MONTH: ______________________________

Sun	Mon	Tue	Wed	Thu	Fri	Sat

MY GOALS

GOAL #1

____

____

____

____

GOAL #2

____

____

____

____

GOAL #3

____

____

____

____

MONTHLY GOAL TO-DO LIST

MONTH OF ______________

To reach my goals this month i need to:

1. ____________________
2. ____________________
3. ____________________
4. ____________________
5. ____________________
6. ____________________
7. ____________________
8. ____________________
9. ____________________
10. ____________________
11. ____________________
12. ____________________
13. ____________________
14. ____________________
15. ____________________

MONTH

FOCUS

- ☐ ____________________
- ☐ ____________________
- ☐ ____________________
- ☐ ____________________
- ☐ ____________________
- ☐ ____________________
- ☐ ____________________

TASKS

- ☐ ____________________
- ☐ ____________________
- ☐ ____________________
- ☐ ____________________
- ☐ ____________________
- ☐ ____________________
- ☐ ____________________

IDEAS

- ☐ ____________________
- ☐ ____________________
- ☐ ____________________
- ☐ ____________________
- ☐ ____________________
- ☐ ____________________
- ☐ ____________________

MEALS

- ☐ ____________________
- ☐ ____________________
- ☐ ____________________
- ☐ ____________________
- ☐ ____________________
- ☐ ____________________
- ☐ ____________________

NOTES

____

____

MONTH: ______________________________

Sun	Mon	Tue	Wed	Thu	Fri	Sat

MY GOALS

GOAL #1

____

____

____

____

GOAL #2

____

____

____

____

GOAL #3

____

____

____

____

MONTHLY GOAL TO-DO LIST

MONTH OF ____________

To reach my goals this month i need to:

1. ____________________
2. ____________________
3. ____________________
4. ____________________
5. ____________________
6. ____________________
7. ____________________
8. ____________________
9. ____________________
10. ____________________
11. ____________________
12. ____________________
13. ____________________
14. ____________________
15. ____________________

MONTH

FOCUS

- ☐ ____________________
- ☐ ____________________
- ☐ ____________________
- ☐ ____________________
- ☐ ____________________
- ☐ ____________________
- ☐ ____________________

TASKS

- ☐ ____________________
- ☐ ____________________
- ☐ ____________________
- ☐ ____________________
- ☐ ____________________
- ☐ ____________________
- ☐ ____________________

IDEAS

- ☐ ____________________
- ☐ ____________________
- ☐ ____________________
- ☐ ____________________
- ☐ ____________________
- ☐ ____________________
- ☐ ____________________

MEALS

- ☐ ____________________
- ☐ ____________________
- ☐ ____________________
- ☐ ____________________
- ☐ ____________________
- ☐ ____________________
- ☐ ____________________

NOTES

____

____

MONTH: ______________________________

Sun	Mon	Tue	Wed	Thu	Fri	Sat

MY GOALS

GOAL #1

____

____

____

____

GOAL #2

____

____

____

____

GOAL #3

____

____

____

____

MONTHLY GOAL TO-DO LIST

MONTH OF ____________

To reach my goals this month i need to:

1. ______________________________
2. ______________________________
3. ______________________________
4. ______________________________
5. ______________________________
6. ______________________________
7. ______________________________
8. ______________________________
9. ______________________________
10. ______________________________
11. ______________________________
12. ______________________________
13. ______________________________
14. ______________________________
15. ______________________________

____

MONTH

FOCUS

- ☐ ____________________
- ☐ ____________________
- ☐ ____________________
- ☐ ____________________
- ☐ ____________________
- ☐ ____________________
- ☐ ____________________

TASKS

- ☐ ____________________
- ☐ ____________________
- ☐ ____________________
- ☐ ____________________
- ☐ ____________________
- ☐ ____________________
- ☐ ____________________

IDEAS

- ☐ ____________________
- ☐ ____________________
- ☐ ____________________
- ☐ ____________________
- ☐ ____________________
- ☐ ____________________
- ☐ ____________________

MEALS

- ☐ ____________________
- ☐ ____________________
- ☐ ____________________
- ☐ ____________________
- ☐ ____________________
- ☐ ____________________
- ☐ ____________________

NOTES

____

____

MONTH: ______________________________

Sun	Mon	Tue	Wed	Thu	Fri	Sat

MY GOALS

GOAL #1

____

____

____

____

GOAL #2

____

____

____

____

GOAL #3

____

____

____

____

MONTHLY GOAL TO-DO LIST

MONTH OF ______________

To reach my goals this month i need to:

1. ______________________________
2. ______________________________
3. ______________________________
4. ______________________________
5. ______________________________
6. ______________________________
7. ______________________________
8. ______________________________
9. ______________________________
10. ______________________________
11. ______________________________
12. ______________________________
13. ______________________________
14. ______________________________
15. ______________________________

MONTH

FOCUS

- ☐ ____________________
- ☐ ____________________
- ☐ ____________________
- ☐ ____________________
- ☐ ____________________
- ☐ ____________________
- ☐ ____________________

TASKS

- ☐ ____________________
- ☐ ____________________
- ☐ ____________________
- ☐ ____________________
- ☐ ____________________
- ☐ ____________________
- ☐ ____________________

IDEAS

- ☐ ____________________
- ☐ ____________________
- ☐ ____________________
- ☐ ____________________
- ☐ ____________________
- ☐ ____________________
- ☐ ____________________

MEALS

- ☐ ____________________
- ☐ ____________________
- ☐ ____________________
- ☐ ____________________
- ☐ ____________________
- ☐ ____________________
- ☐ ____________________

NOTES

____

____

MONTH: ______________________________

Sun	Mon	Tue	Wed	Thu	Fri	Sat

MY GOALS

GOAL #1

____

____

____

____

GOAL #2

____

____

____

____

GOAL #3

____

____

____

____

MONTHLY GOAL TO-DO LIST

MONTH OF ____________

To reach my goals this month i need to:

1. ____________________
2. ____________________
3. ____________________
4. ____________________
5. ____________________
6. ____________________
7. ____________________
8. ____________________
9. ____________________
10. ____________________
11. ____________________
12. ____________________
13. ____________________
14. ____________________
15. ____________________

MONTH

FOCUS

- ☐ ____________________
- ☐ ____________________
- ☐ ____________________
- ☐ ____________________
- ☐ ____________________
- ☐ ____________________
- ☐ ____________________

TASKS

- ☐ ____________________
- ☐ ____________________
- ☐ ____________________
- ☐ ____________________
- ☐ ____________________
- ☐ ____________________
- ☐ ____________________

IDEAS

- ☐ ____________________
- ☐ ____________________
- ☐ ____________________
- ☐ ____________________
- ☐ ____________________
- ☐ ____________________
- ☐ ____________________

MEALS

- ☐ ____________________
- ☐ ____________________
- ☐ ____________________
- ☐ ____________________
- ☐ ____________________
- ☐ ____________________
- ☐ ____________________

NOTES

____

____

MONTH: ____________________

Sun	Mon	Tue	Wed	Thu	Fri	Sat

MY GOALS

GOAL #1

____

____

____

____

GOAL #2

____

____

____

____

GOAL #3

____

____

____

____

MONTHLY GOAL TO-DO LIST

MONTH OF ______________

To reach my goals this month i need to:

1. ______________________________
2. ______________________________
3. ______________________________
4. ______________________________
5. ______________________________
6. ______________________________
7. ______________________________
8. ______________________________
9. ______________________________
10. ______________________________
11. ______________________________
12. ______________________________
13. ______________________________
14. ______________________________
15. ______________________________

MONTH

FOCUS

- ☐ ____________________
- ☐ ____________________
- ☐ ____________________
- ☐ ____________________
- ☐ ____________________
- ☐ ____________________
- ☐ ____________________

TASKS

- ☐ ____________________
- ☐ ____________________
- ☐ ____________________
- ☐ ____________________
- ☐ ____________________
- ☐ ____________________
- ☐ ____________________

IDEAS

- ☐ ____________________
- ☐ ____________________
- ☐ ____________________
- ☐ ____________________
- ☐ ____________________
- ☐ ____________________
- ☐ ____________________

MEALS

- ☐ ____________________
- ☐ ____________________
- ☐ ____________________
- ☐ ____________________
- ☐ ____________________
- ☐ ____________________
- ☐ ____________________

NOTES

____

____

MONTH: ______________________________

Sun	Mon	Tue	Wed	Thu	Fri	Sat

MY GOALS

GOAL #1

GOAL #2

GOAL #3

MONTHLY GOAL TO-DO LIST

MONTH OF ______________

To reach my goals this month i need to:

1. ______________
2. ______________
3. ______________
4. ______________
5. ______________
6. ______________
7. ______________
8. ______________
9. ______________
10. ______________
11. ______________
12. ______________
13. ______________
14. ______________
15. ______________

MONTH

FOCUS

- ☐ ____________________
- ☐ ____________________
- ☐ ____________________
- ☐ ____________________
- ☐ ____________________
- ☐ ____________________
- ☐ ____________________

TASKS

- ☐ ____________________
- ☐ ____________________
- ☐ ____________________
- ☐ ____________________
- ☐ ____________________
- ☐ ____________________
- ☐ ____________________

IDEAS

- ☐ ____________________
- ☐ ____________________
- ☐ ____________________
- ☐ ____________________
- ☐ ____________________
- ☐ ____________________
- ☐ ____________________

MEALS

- ☐ ____________________
- ☐ ____________________
- ☐ ____________________
- ☐ ____________________
- ☐ ____________________
- ☐ ____________________
- ☐ ____________________

NOTES

____

____

MONTH: ______________________

Sun	Mon	Tue	Wed	Thu	Fri	Sat

MY GOALS

GOAL #1

____

____

____

____

GOAL #2

____

____

____

____

GOAL #3

____

____

____

____

MONTHLY GOAL TO-DO LIST

MONTH OF ________________

To reach my goals this month i need to:

1. ________________________________
2. ________________________________
3. ________________________________
4. ________________________________
5. ________________________________
6. ________________________________
7. ________________________________
8. ________________________________
9. ________________________________
10. ________________________________
11. ________________________________
12. ________________________________
13. ________________________________
14. ________________________________
15. ________________________________

____

MONTH

FOCUS

- ☐ ____________________
- ☐ ____________________
- ☐ ____________________
- ☐ ____________________
- ☐ ____________________
- ☐ ____________________
- ☐ ____________________

TASKS

- ☐ ____________________
- ☐ ____________________
- ☐ ____________________
- ☐ ____________________
- ☐ ____________________
- ☐ ____________________
- ☐ ____________________

IDEAS

- ☐ ____________________
- ☐ ____________________
- ☐ ____________________
- ☐ ____________________
- ☐ ____________________
- ☐ ____________________
- ☐ ____________________

MEALS

- ☐ ____________________
- ☐ ____________________
- ☐ ____________________
- ☐ ____________________
- ☐ ____________________
- ☐ ____________________
- ☐ ____________________

NOTES

____

____

MONTH: ______________________________

Sun	Mon	Tue	Wed	Thu	Fri	Sat

MY GOALS

GOAL #1

____

____

____

____

GOAL #2

____

____

____

____

GOAL #3

____

____

____

____

MONTHLY GOAL TO-DO LIST

MONTH OF ____________

To reach my goals this month i need to:

1. ____________________
2. ____________________
3. ____________________
4. ____________________
5. ____________________
6. ____________________
7. ____________________
8. ____________________
9. ____________________
10. ____________________
11. ____________________
12. ____________________
13. ____________________
14. ____________________
15. ____________________

MONTH

FOCUS

- ☐ ____________________
- ☐ ____________________
- ☐ ____________________
- ☐ ____________________
- ☐ ____________________
- ☐ ____________________
- ☐ ____________________

TASKS

- ☐ ____________________
- ☐ ____________________
- ☐ ____________________
- ☐ ____________________
- ☐ ____________________
- ☐ ____________________
- ☐ ____________________

IDEAS

- ☐ ____________________
- ☐ ____________________
- ☐ ____________________
- ☐ ____________________
- ☐ ____________________
- ☐ ____________________
- ☐ ____________________

MEALS

- ☐ ____________________
- ☐ ____________________
- ☐ ____________________
- ☐ ____________________
- ☐ ____________________
- ☐ ____________________
- ☐ ____________________

NOTES

____

____

MONTH: ______________________________

Sun	Mon	Tue	Wed	Thu	Fri	Sat

MY GOALS

GOAL #1

____

____

____

____

GOAL #2

____

____

____

____

GOAL #3

____

____

____

____

MONTHLY GOAL TO-DO LIST

MONTH OF ____________

To reach my goals this month i need to:

1. ______________________________
2. ______________________________
3. ______________________________
4. ______________________________
5. ______________________________
6. ______________________________
7. ______________________________
8. ______________________________
9. ______________________________
10. ______________________________
11. ______________________________
12. ______________________________
13. ______________________________
14. ______________________________
15. ______________________________

MONTH

FOCUS

☐ ____________________

☐ ____________________

☐ ____________________

☐ ____________________

☐ ____________________

☐ ____________________

☐ ____________________

TASKS

☐ ____________________

☐ ____________________

☐ ____________________

☐ ____________________

☐ ____________________

☐ ____________________

☐ ____________________

IDEAS

☐ ____________________

☐ ____________________

☐ ____________________

☐ ____________________

☐ ____________________

☐ ____________________

☐ ____________________

MEALS

☐ ____________________

☐ ____________________

☐ ____________________

☐ ____________________

☐ ____________________

☐ ____________________

☐ ____________________

NOTES

____

____

MONTH: ______________________________

Sun	Mon	Tue	Wed	Thu	Fri	Sat

MY GOALS

GOAL #1

____

____

____

____

GOAL #2

____

____

____

____

GOAL #3

____

____

____

____

MONTHLY GOAL TO-DO LIST

MONTH OF ______________

To reach my goals this month i need to:

1. ______________________
2. ______________________
3. ______________________
4. ______________________
5. ______________________
6. ______________________
7. ______________________
8. ______________________
9. ______________________
10. ______________________
11. ______________________
12. ______________________
13. ______________________
14. ______________________
15. ______________________

MONTH

FOCUS

- ☐ ____________________
- ☐ ____________________
- ☐ ____________________
- ☐ ____________________
- ☐ ____________________
- ☐ ____________________
- ☐ ____________________

TASKS

- ☐ ____________________
- ☐ ____________________
- ☐ ____________________
- ☐ ____________________
- ☐ ____________________
- ☐ ____________________
- ☐ ____________________

IDEAS

- ☐ ____________________
- ☐ ____________________
- ☐ ____________________
- ☐ ____________________
- ☐ ____________________
- ☐ ____________________
- ☐ ____________________

MEALS

- ☐ ____________________
- ☐ ____________________
- ☐ ____________________
- ☐ ____________________
- ☐ ____________________
- ☐ ____________________
- ☐ ____________________

NOTES

____

____

MONTH: ______________________

Sun	Mon	Tue	Wed	Thu	Fri	Sat

MY GOALS

GOAL #1

____
____
____
____

GOAL #2

____
____
____
____

GOAL #3

____
____
____
____

MONTHLY GOAL TO-DO LIST

MONTH OF ______________

To reach my goals this month i need to:

1. ______________________________
2. ______________________________
3. ______________________________
4. ______________________________
5. ______________________________
6. ______________________________
7. ______________________________
8. ______________________________
9. ______________________________
10. ______________________________
11. ______________________________
12. ______________________________
13. ______________________________
14. ______________________________
15. ______________________________

MONTH

FOCUS

- ☐ ____________________
- ☐ ____________________
- ☐ ____________________
- ☐ ____________________
- ☐ ____________________
- ☐ ____________________
- ☐ ____________________

TASKS

- ☐ ____________________
- ☐ ____________________
- ☐ ____________________
- ☐ ____________________
- ☐ ____________________
- ☐ ____________________
- ☐ ____________________

IDEAS

- ☐ ____________________
- ☐ ____________________
- ☐ ____________________
- ☐ ____________________
- ☐ ____________________
- ☐ ____________________
- ☐ ____________________

MEALS

- ☐ ____________________
- ☐ ____________________
- ☐ ____________________
- ☐ ____________________
- ☐ ____________________
- ☐ ____________________
- ☐ ____________________

NOTES

____

____

MONTH: ______________________________

Sun	Mon	Tue	Wed	Thu	Fri	Sat

MY GOALS

GOAL #1

____

____

____

____

GOAL #2

____

____

____

____

GOAL #3

____

____

____

____

MONTHLY GOAL TO-DO LIST

MONTH OF ____________

To reach my goals this month i need to:

1. ____________________
2. ____________________
3. ____________________
4. ____________________
5. ____________________
6. ____________________
7. ____________________
8. ____________________
9. ____________________
10. ____________________
11. ____________________
12. ____________________
13. ____________________
14. ____________________
15. ____________________

MONTH

FOCUS

- [ ] ____________________
- [ ] ____________________
- [ ] ____________________
- [ ] ____________________
- [ ] ____________________
- [ ] ____________________
- [ ] ____________________

TASKS

- [ ] ____________________
- [ ] ____________________
- [ ] ____________________
- [ ] ____________________
- [ ] ____________________
- [ ] ____________________
- [ ] ____________________

IDEAS

- [ ] ____________________
- [ ] ____________________
- [ ] ____________________
- [ ] ____________________
- [ ] ____________________
- [ ] ____________________
- [ ] ____________________

MEALS

- [ ] ____________________
- [ ] ____________________
- [ ] ____________________
- [ ] ____________________
- [ ] ____________________
- [ ] ____________________
- [ ] ____________________

NOTES

____

____

MONTH: ______________________________

Sun	Mon	Tue	Wed	Thu	Fri	Sat

MY GOALS

GOAL #1

____

____

____

____

GOAL #2

____

____

____

____

GOAL #3

____

____

____

____

MONTHLY GOAL TO-DO LIST

MONTH OF ______________

To reach my goals this month i need to:

1. ______________________________
2. ______________________________
3. ______________________________
4. ______________________________
5. ______________________________
6. ______________________________
7. ______________________________
8. ______________________________
9. ______________________________
10. ______________________________
11. ______________________________
12. ______________________________
13. ______________________________
14. ______________________________
15. ______________________________

MONTH

FOCUS

- ☐ ____________________
- ☐ ____________________
- ☐ ____________________
- ☐ ____________________
- ☐ ____________________
- ☐ ____________________
- ☐ ____________________

TASKS

- ☐ ____________________
- ☐ ____________________
- ☐ ____________________
- ☐ ____________________
- ☐ ____________________
- ☐ ____________________
- ☐ ____________________

IDEAS

- ☐ ____________________
- ☐ ____________________
- ☐ ____________________
- ☐ ____________________
- ☐ ____________________
- ☐ ____________________
- ☐ ____________________

MEALS

- ☐ ____________________
- ☐ ____________________
- ☐ ____________________
- ☐ ____________________
- ☐ ____________________
- ☐ ____________________
- ☐ ____________________

NOTES

____

____

MONTH: ______________________

Sun	Mon	Tue	Wed	Thu	Fri	Sat

MY GOALS

GOAL #1

____

____

____

____

GOAL #2

____

____

____

____

GOAL #3

____

____

____

____

MONTHLY GOAL TO-DO LIST

MONTH OF ____________________

To reach my goals this month i need to:

1. ______________________________
2. ______________________________
3. ______________________________
4. ______________________________
5. ______________________________
6. ______________________________
7. ______________________________
8. ______________________________
9. ______________________________
10. ______________________________
11. ______________________________
12. ______________________________
13. ______________________________
14. ______________________________
15. ______________________________

____
MONTH

FOCUS

- ☐ ____________________
- ☐ ____________________
- ☐ ____________________
- ☐ ____________________
- ☐ ____________________
- ☐ ____________________
- ☐ ____________________

TASKS

- ☐ ____________________
- ☐ ____________________
- ☐ ____________________
- ☐ ____________________
- ☐ ____________________
- ☐ ____________________
- ☐ ____________________

IDEAS

- ☐ ____________________
- ☐ ____________________
- ☐ ____________________
- ☐ ____________________
- ☐ ____________________
- ☐ ____________________
- ☐ ____________________

MEALS

- ☐ ____________________
- ☐ ____________________
- ☐ ____________________
- ☐ ____________________
- ☐ ____________________
- ☐ ____________________
- ☐ ____________________

NOTES

____

____

MONTH: ______________________

Sun	Mon	Tue	Wed	Thu	Fri	Sat

MY GOALS

GOAL #1

____

____

____

____

GOAL #2

____

____

____

____

GOAL #3

____

____

____

____

MONTHLY GOAL TO-DO LIST

MONTH OF ______________

To reach my goals this month i need to:

1. ______________________________
2. ______________________________
3. ______________________________
4. ______________________________
5. ______________________________
6. ______________________________
7. ______________________________
8. ______________________________
9. ______________________________
10. ______________________________
11. ______________________________
12. ______________________________
13. ______________________________
14. ______________________________
15. ______________________________

MONTH

FOCUS

- ☐ ____________________
- ☐ ____________________
- ☐ ____________________
- ☐ ____________________
- ☐ ____________________
- ☐ ____________________
- ☐ ____________________

TASKS

- ☐ ____________________
- ☐ ____________________
- ☐ ____________________
- ☐ ____________________
- ☐ ____________________
- ☐ ____________________
- ☐ ____________________

IDEAS

- ☐ ____________________
- ☐ ____________________
- ☐ ____________________
- ☐ ____________________
- ☐ ____________________
- ☐ ____________________
- ☐ ____________________

MEALS

- ☐ ____________________
- ☐ ____________________
- ☐ ____________________
- ☐ ____________________
- ☐ ____________________
- ☐ ____________________
- ☐ ____________________

NOTES

____

____

MONTH: ____________________

Sun	Mon	Tue	Wed	Thu	Fri	Sat

MY GOALS

GOAL #1

____

____

____

____

GOAL #2

____

____

____

____

GOAL #3

____

____

____

____

MONTHLY GOAL TO-DO LIST

MONTH OF ____________

To reach my goals this month i need to:

1. ____________________
2. ____________________
3. ____________________
4. ____________________
5. ____________________
6. ____________________
7. ____________________
8. ____________________
9. ____________________
10. ____________________
11. ____________________
12. ____________________
13. ____________________
14. ____________________
15. ____________________

MONTH

FOCUS

- ☐ ____________________
- ☐ ____________________
- ☐ ____________________
- ☐ ____________________
- ☐ ____________________
- ☐ ____________________
- ☐ ____________________

TASKS

- ☐ ____________________
- ☐ ____________________
- ☐ ____________________
- ☐ ____________________
- ☐ ____________________
- ☐ ____________________
- ☐ ____________________

IDEAS

- ☐ ____________________
- ☐ ____________________
- ☐ ____________________
- ☐ ____________________
- ☐ ____________________
- ☐ ____________________
- ☐ ____________________

MEALS

- ☐ ____________________
- ☐ ____________________
- ☐ ____________________
- ☐ ____________________
- ☐ ____________________
- ☐ ____________________
- ☐ ____________________

NOTES

____

____

MONTH: ______________________________

Sun	Mon	Tue	Wed	Thu	Fri	Sat

MY GOALS

GOAL #1

____

____

____

____

GOAL #2

____

____

____

____

GOAL #3

____

____

____

____

MONTHLY GOAL TO-DO LIST

MONTH OF ______________

To reach my goals this month i need to:

1. ______________________________
2. ______________________________
3. ______________________________
4. ______________________________
5. ______________________________
6. ______________________________
7. ______________________________
8. ______________________________
9. ______________________________
10. ______________________________
11. ______________________________
12. ______________________________
13. ______________________________
14. ______________________________
15. ______________________________

MONTH

FOCUS

- ☐ ____________________
- ☐ ____________________
- ☐ ____________________
- ☐ ____________________
- ☐ ____________________
- ☐ ____________________
- ☐ ____________________

TASKS

- ☐ ____________________
- ☐ ____________________
- ☐ ____________________
- ☐ ____________________
- ☐ ____________________
- ☐ ____________________
- ☐ ____________________

IDEAS

- ☐ ____________________
- ☐ ____________________
- ☐ ____________________
- ☐ ____________________
- ☐ ____________________
- ☐ ____________________
- ☐ ____________________

MEALS

- ☐ ____________________
- ☐ ____________________
- ☐ ____________________
- ☐ ____________________
- ☐ ____________________
- ☐ ____________________
- ☐ ____________________

NOTES

____

____

MONTH: ______________________________

Sun	Mon	Tue	Wed	Thu	Fri	Sat

MY GOALS

GOAL #1

____

____

____

____

GOAL #2

____

____

____

____

GOAL #3

____

____

____

____

MONTHLY GOAL TO-DO LIST

MONTH OF ______________

To reach my goals this month i need to:

1. ________________________________
2. ________________________________
3. ________________________________
4. ________________________________
5. ________________________________
6. ________________________________
7. ________________________________
8. ________________________________
9. ________________________________
10. ________________________________
11. ________________________________
12. ________________________________
13. ________________________________
14. ________________________________
15. ________________________________

____

MONTH

FOCUS

- ☐ ______________________
- ☐ ______________________
- ☐ ______________________
- ☐ ______________________
- ☐ ______________________
- ☐ ______________________
- ☐ ______________________

TASKS

- ☐ ______________________
- ☐ ______________________
- ☐ ______________________
- ☐ ______________________
- ☐ ______________________
- ☐ ______________________
- ☐ ______________________

IDEAS

- ☐ ______________________
- ☐ ______________________
- ☐ ______________________
- ☐ ______________________
- ☐ ______________________
- ☐ ______________________
- ☐ ______________________

MEALS

- ☐ ______________________
- ☐ ______________________
- ☐ ______________________
- ☐ ______________________
- ☐ ______________________
- ☐ ______________________
- ☐ ______________________

NOTES

____

____

MONTH: ______________________________

Sun	Mon	Tue	Wed	Thu	Fri	Sat

MY GOALS

GOAL #1

____

____

____

____

GOAL #2

____

____

____

____

GOAL #3

____

____

____

____

MONTHLY GOAL TO-DO LIST

MONTH OF ______________

To reach my goals this month i need to:

1. ______________________
2. ______________________
3. ______________________
4. ______________________
5. ______________________
6. ______________________
7. ______________________
8. ______________________
9. ______________________
10. ______________________
11. ______________________
12. ______________________
13. ______________________
14. ______________________
15. ______________________

MONTH

FOCUS

- ☐ ____________________
- ☐ ____________________
- ☐ ____________________
- ☐ ____________________
- ☐ ____________________
- ☐ ____________________
- ☐ ____________________

TASKS

- ☐ ____________________
- ☐ ____________________
- ☐ ____________________
- ☐ ____________________
- ☐ ____________________
- ☐ ____________________
- ☐ ____________________

IDEAS

- ☐ ____________________
- ☐ ____________________
- ☐ ____________________
- ☐ ____________________
- ☐ ____________________
- ☐ ____________________
- ☐ ____________________

MEALS

- ☐ ____________________
- ☐ ____________________
- ☐ ____________________
- ☐ ____________________
- ☐ ____________________
- ☐ ____________________
- ☐ ____________________

NOTES

____

____

MONTH: ______________________________

Sun	Mon	Tue	Wed	Thu	Fri	Sat

MY GOALS

GOAL #1

____

____

____

____

GOAL #2

____

____

____

____

GOAL #3

____

____

____

____

MONTHLY GOAL TO-DO LIST

MONTH OF ____________

To reach my goals this month i need to:

1. ____________________
2. ____________________
3. ____________________
4. ____________________
5. ____________________
6. ____________________
7. ____________________
8. ____________________
9. ____________________
10. ____________________
11. ____________________
12. ____________________
13. ____________________
14. ____________________
15. ____________________

MONTH

FOCUS

- ☐ ______________________
- ☐ ______________________
- ☐ ______________________
- ☐ ______________________
- ☐ ______________________
- ☐ ______________________
- ☐ ______________________

TASKS

- ☐ ______________________
- ☐ ______________________
- ☐ ______________________
- ☐ ______________________
- ☐ ______________________
- ☐ ______________________
- ☐ ______________________

IDEAS

- ☐ ______________________
- ☐ ______________________
- ☐ ______________________
- ☐ ______________________
- ☐ ______________________
- ☐ ______________________
- ☐ ______________________

MEALS

- ☐ ______________________
- ☐ ______________________
- ☐ ______________________
- ☐ ______________________
- ☐ ______________________
- ☐ ______________________
- ☐ ______________________

NOTES

____

____

MONTH: ______________________________

Sun	Mon	Tue	Wed	Thu	Fri	Sat

MY GOALS

GOAL #1

____

____

____

____

GOAL #2

____

____

____

____

GOAL #3

____

____

____

____

MONTHLY GOAL TO-DO LIST

MONTH OF ______________

To reach my goals this month i need to:

1. ______________________________
2. ______________________________
3. ______________________________
4. ______________________________
5. ______________________________
6. ______________________________
7. ______________________________
8. ______________________________
9. ______________________________
10. ______________________________
11. ______________________________
12. ______________________________
13. ______________________________
14. ______________________________
15. ______________________________

MONTH

FOCUS

- ☐ ____________________
- ☐ ____________________
- ☐ ____________________
- ☐ ____________________
- ☐ ____________________
- ☐ ____________________
- ☐ ____________________

TASKS

- ☐ ____________________
- ☐ ____________________
- ☐ ____________________
- ☐ ____________________
- ☐ ____________________
- ☐ ____________________
- ☐ ____________________

IDEAS

- ☐ ____________________
- ☐ ____________________
- ☐ ____________________
- ☐ ____________________
- ☐ ____________________
- ☐ ____________________
- ☐ ____________________

MEALS

- ☐ ____________________
- ☐ ____________________
- ☐ ____________________
- ☐ ____________________
- ☐ ____________________
- ☐ ____________________
- ☐ ____________________

NOTES

____

____

MONTH: ______________________

Sun	Mon	Tue	Wed	Thu	Fri	Sat

MY GOALS

GOAL #1

____

____

____

____

GOAL #2

____

____

____

____

GOAL #3

____

____

____

____

MONTHLY GOAL TO-DO LIST

MONTH OF ______________

To reach my goals this month i need to:

1. ______________________________
2. ______________________________
3. ______________________________
4. ______________________________
5. ______________________________
6. ______________________________
7. ______________________________
8. ______________________________
9. ______________________________
10. ______________________________
11. ______________________________
12. ______________________________
13. ______________________________
14. ______________________________
15. ______________________________

MONTH

FOCUS

- ☐ ____________________
- ☐ ____________________
- ☐ ____________________
- ☐ ____________________
- ☐ ____________________
- ☐ ____________________
- ☐ ____________________

TASKS

- ☐ ____________________
- ☐ ____________________
- ☐ ____________________
- ☐ ____________________
- ☐ ____________________
- ☐ ____________________
- ☐ ____________________

IDEAS

- ☐ ____________________
- ☐ ____________________
- ☐ ____________________
- ☐ ____________________
- ☐ ____________________
- ☐ ____________________
- ☐ ____________________

MEALS

- ☐ ____________________
- ☐ ____________________
- ☐ ____________________
- ☐ ____________________
- ☐ ____________________
- ☐ ____________________
- ☐ ____________________

NOTES

____

____

MONTH: ______________________________

Sun	Mon	Tue	Wed	Thu	Fri	Sat

MY GOALS

GOAL #1

____
____
____
____

GOAL #2

____
____
____
____

GOAL #3

____
____
____
____

MONTHLY GOAL TO-DO LIST

MONTH OF ____________

To reach my goals this month i need to:

1. ____________________
2. ____________________
3. ____________________
4. ____________________
5. ____________________
6. ____________________
7. ____________________
8. ____________________
9. ____________________
10. ____________________
11. ____________________
12. ____________________
13. ____________________
14. ____________________
15. ____________________

____

MONTH

FOCUS

- ☐ ________________________
- ☐ ________________________
- ☐ ________________________
- ☐ ________________________
- ☐ ________________________
- ☐ ________________________
- ☐ ________________________

TASKS

- ☐ ________________________
- ☐ ________________________
- ☐ ________________________
- ☐ ________________________
- ☐ ________________________
- ☐ ________________________
- ☐ ________________________

IDEAS

- ☐ ________________________
- ☐ ________________________
- ☐ ________________________
- ☐ ________________________
- ☐ ________________________
- ☐ ________________________
- ☐ ________________________

MEALS

- ☐ ________________________
- ☐ ________________________
- ☐ ________________________
- ☐ ________________________
- ☐ ________________________
- ☐ ________________________
- ☐ ________________________

NOTES

____

____

MONTH: ______________________

Sun	Mon	Tue	Wed	Thu	Fri	Sat

MY GOALS

GOAL #1

____

____

____

____

GOAL #2

____

____

____

____

GOAL #3

____

____

____

____

MONTHLY GOAL TO-DO LIST

MONTH OF ______________

To reach my goals this month i need to:

1. ______________________
2. ______________________
3. ______________________
4. ______________________
5. ______________________
6. ______________________
7. ______________________
8. ______________________
9. ______________________
10. ______________________
11. ______________________
12. ______________________
13. ______________________
14. ______________________
15. ______________________

MONTH

FOCUS

- ☐ ____________________
- ☐ ____________________
- ☐ ____________________
- ☐ ____________________
- ☐ ____________________
- ☐ ____________________
- ☐ ____________________

TASKS

- ☐ ____________________
- ☐ ____________________
- ☐ ____________________
- ☐ ____________________
- ☐ ____________________
- ☐ ____________________
- ☐ ____________________

IDEAS

- ☐ ____________________
- ☐ ____________________
- ☐ ____________________
- ☐ ____________________
- ☐ ____________________
- ☐ ____________________
- ☐ ____________________

MEALS

- ☐ ____________________
- ☐ ____________________
- ☐ ____________________
- ☐ ____________________
- ☐ ____________________
- ☐ ____________________
- ☐ ____________________

NOTES

____

____

MONTH: ______________________________

Sun	Mon	Tue	Wed	Thu	Fri	Sat

MY GOALS

GOAL #1

____

____

____

____

GOAL #2

____

____

____

____

GOAL #3

____

____

____

____

MONTHLY GOAL TO-DO LIST

MONTH OF ____________________

To reach my goals this month i need to:

1. ______________________________
2. ______________________________
3. ______________________________
4. ______________________________
5. ______________________________
6. ______________________________
7. ______________________________
8. ______________________________
9. ______________________________
10. ______________________________
11. ______________________________
12. ______________________________
13. ______________________________
14. ______________________________
15. ______________________________

MONTH

FOCUS

- ☐ ____________________
- ☐ ____________________
- ☐ ____________________
- ☐ ____________________
- ☐ ____________________
- ☐ ____________________
- ☐ ____________________

TASKS

- ☐ ____________________
- ☐ ____________________
- ☐ ____________________
- ☐ ____________________
- ☐ ____________________
- ☐ ____________________
- ☐ ____________________

IDEAS

- ☐ ____________________
- ☐ ____________________
- ☐ ____________________
- ☐ ____________________
- ☐ ____________________
- ☐ ____________________
- ☐ ____________________

MEALS

- ☐ ____________________
- ☐ ____________________
- ☐ ____________________
- ☐ ____________________
- ☐ ____________________
- ☐ ____________________
- ☐ ____________________

NOTES

____

____

MONTH: ______________________

Sun	Mon	Tue	Wed	Thu	Fri	Sat

MY GOALS

GOAL #1

____

____

____

____

GOAL #2

____

____

____

____

GOAL #3

____

____

____

____

MONTHLY GOAL TO-DO LIST

MONTH OF ______________

To reach my goals this month i need to:

1. ______________________________
2. ______________________________
3. ______________________________
4. ______________________________
5. ______________________________
6. ______________________________
7. ______________________________
8. ______________________________
9. ______________________________
10. ______________________________
11. ______________________________
12. ______________________________
13. ______________________________
14. ______________________________
15. ______________________________

MONTH

FOCUS

- ☐ ____________________
- ☐ ____________________
- ☐ ____________________
- ☐ ____________________
- ☐ ____________________
- ☐ ____________________
- ☐ ____________________

TASKS

- ☐ ____________________
- ☐ ____________________
- ☐ ____________________
- ☐ ____________________
- ☐ ____________________
- ☐ ____________________
- ☐ ____________________

IDEAS

- ☐ ____________________
- ☐ ____________________
- ☐ ____________________
- ☐ ____________________
- ☐ ____________________
- ☐ ____________________
- ☐ ____________________

MEALS

- ☐ ____________________
- ☐ ____________________
- ☐ ____________________
- ☐ ____________________
- ☐ ____________________
- ☐ ____________________
- ☐ ____________________

NOTES

____

____

MONTH: ______________________

Sun	Mon	Tue	Wed	Thu	Fri	Sat

MY GOALS

GOAL #1

____

____

____

____

GOAL #2

____

____

____

____

GOAL #3

____

____

____

____

MONTHLY GOAL TO-DO LIST

MONTH OF ______________

To reach my goals this month i need to:

1. ______________________
2. ______________________
3. ______________________
4. ______________________
5. ______________________
6. ______________________
7. ______________________
8. ______________________
9. ______________________
10. ______________________
11. ______________________
12. ______________________
13. ______________________
14. ______________________
15. ______________________

MONTH

FOCUS

- ☐ ____________________
- ☐ ____________________
- ☐ ____________________
- ☐ ____________________
- ☐ ____________________
- ☐ ____________________
- ☐ ____________________

TASKS

- ☐ ____________________
- ☐ ____________________
- ☐ ____________________
- ☐ ____________________
- ☐ ____________________
- ☐ ____________________
- ☐ ____________________

IDEAS

- ☐ ____________________
- ☐ ____________________
- ☐ ____________________
- ☐ ____________________
- ☐ ____________________
- ☐ ____________________
- ☐ ____________________

MEALS

- ☐ ____________________
- ☐ ____________________
- ☐ ____________________
- ☐ ____________________
- ☐ ____________________
- ☐ ____________________
- ☐ ____________________

NOTES

____

____

MONTH: ______________________________

Sun	Mon	Tue	Wed	Thu	Fri	Sat

MY GOALS

GOAL #1

____

____

____

____

GOAL #2

____

____

____

____

GOAL #3

____

____

____

____

MONTHLY GOAL TO-DO LIST

MONTH OF ______________

To reach my goals this month i need to:

1. ______________________________
2. ______________________________
3. ______________________________
4. ______________________________
5. ______________________________
6. ______________________________
7. ______________________________
8. ______________________________
9. ______________________________
10. ______________________________
11. ______________________________
12. ______________________________
13. ______________________________
14. ______________________________
15. ______________________________

____

MONTH

FOCUS

- ☐ ______________________
- ☐ ______________________
- ☐ ______________________
- ☐ ______________________
- ☐ ______________________
- ☐ ______________________
- ☐ ______________________

TASKS

- ☐ ______________________
- ☐ ______________________
- ☐ ______________________
- ☐ ______________________
- ☐ ______________________
- ☐ ______________________
- ☐ ______________________

IDEAS

- ☐ ______________________
- ☐ ______________________
- ☐ ______________________
- ☐ ______________________
- ☐ ______________________
- ☐ ______________________
- ☐ ______________________

MEALS

- ☐ ______________________
- ☐ ______________________
- ☐ ______________________
- ☐ ______________________
- ☐ ______________________
- ☐ ______________________
- ☐ ______________________

NOTES

____

____

www.ingramcontent.com/pod-product-compliance
Lightning Source LLC
Chambersburg PA
CBHW081336090426
42737CB00017B/3170